ĐẶNG TƯỜNG VY

Bóng câu
CHÌM NỔI

Nhân Ảnh
2018

BÓNG CÂU CHÌM NỔI
Thơ **Đăng Tường Vy**
Bìa: **Nguyễn Thành**
Trình bày: **Lê Hân & Nguyễn Thành**
Kỹ thuật: **Tạ Quốc Quang**
Nhân Ảnh Xuất Bản **2018**
ISBN:
Copyright © 2018 by Dang Tuong Vy

Tác giả: Đặng Tường Vy
(Nhà xuất bản Nhân Ảnh)

Tên thật: **Đặng Thị Lụa**
Bút danh: Đặng Tường Vy
Bút danh khác: Tường Vy
Sinh năm: 1976
Nguyên quán: Sài Gòn
Hiện đang định cư tại Pháp
Nghề nghiệp: Giáo viên thẩm mỹ
Email: luadang1976@yahoo.com.vn
Hội viên Hội Nhà Văn - TP.HCM

Tác phẩm đã xuất bản

◦ Giọt sương khuya
(Nhà xuất bản Đồng Nai - 2015)
◦ Lá thu phai
(Nhà xuất bản Văn Hoá - Văn nghệ - 2016)
◦ Sóng tình
(Nhà xuất bản Hội Nhà Văn - 2017)
◦ Sóng ngầm
(Nhà xuất bản Hội Nhà Văn - 2017)
◦ Khói hôn mê
(Nhà xuất bản Hội Nhà Văn - 2018)

ĐÁNH ĐU PHẬN SỐ

Xin đừng nói tiếng chia xa
Trong mưa có nắng, trong ta có tình
Tử sinh, sinh tử vô hình
Trong sinh có tử, trong tình có ta.

Vòng xoay luân hồi, sinh- trụ- hoại- diệt, không ai tránh khỏi, chỉ là sớm hay muộn mà thôi. Dẫu biết là vòng đời sinh ly tử biệt, sao còn níu ghì? Sao còn tơ vương? Đã nghe, hiểu, biết, thấy, sao lại còn đa mang? Có lẽ do tham xâm lấn?

Ngày mang trọng bệnh cũng là ngày cất bước rời khỏi Quê hương, đi tìm cho mình một tia sáng. Dẫu le lói, mong manh như gió thổi qua mành, niềm tin cạn, bước vẫn bước. Nghiệt ngã thay, số mệnh lại còn đeo mang trọng trách với con thơ, biết bao hoài bảo chưa thực hiện. Đứng trước lằn ranh được mất của vô thường, tìm an trong tiếng chuông chùa, dỗ lòng mình bởi tin có sự nhiệm màu của Đấng Thế Tôn.

Trong bóng câu chìm nổi, biết có hạnh ngộ là sẽ có biệt ly. Rồi một ngày bất ngờ tiễn Ba qua núi, không nhang không khói, không câu chào tiễn biệt. Mây xám giăng đầy ngõ, mờ bóng đứa con xa. Ba về bên kia đồng vắng, ngọn đèn duyên tận vắt chân mây.

Sau cơn bạo bệnh, đã hiểu được phần nào trong sự mong manh trong cõi vô thường, đến đi tay trắng. Phúc họa thênh thênh! Nằm trong máy cộng hưởng từ, lòng còn đau đáu nghĩ về con thơ, cứ muốn được bàn tay Thượng Đế ban cho lần ân xá. Ban cho kiếp đa mang!

Tiếng Di Đà vang vọng
Trong máy cộng hưởng từ
Nỗi niềm riêng khó giấu
Bày chi cõi thực hư

Tay thưa che gió lộng
Nửa muốn về hư không
Nửa đau thương gượng sống
Thương con thơ nghẹn lòng.

Không hiểu sao cuộc đời cứ xậm rì một màu rêu mốc, biết bao từ bi gieo cấy, mong ngày chồi xanh rộ nở. Mong ngày hết khổ tận cam lai, câu kinh làm mầm sống, chờ ngày tái sinh, chờ ngày trái chín, chờ bình mình bên khung cửa gởi lời chào thân yêu. Mùa Vu Lan năm nay lại đến, hiếu chưa kịp đáp đền, Ba đã đi xa quá xa. Ba không về nữa, Ba đi tìm con đường chân lý cho riêng Ba, đoạn nghiệp vãng sanh.

Hôm qua lá biếc trên cây
Hôm nay lá nói chia tay tận mùa
Chiếc nôi sinh tử đong đưa
Có người từ giã mùa xưa về trời.

Ba đi thật rồi, mùa Vu Lan này con không còn được cài hoa hồng đỏ nữa, là một màu hồng nhạt tênh. Giữa xứ người bơ vơ như chim non lạc đàn, ngay cả lời chào Ba cũng mang phận mồ côi.

Ba đi
Mây ngũ sắc... rời!
Vu Lan điểm khuyết, quê người lạc nôi.

Trong khúc cua ngặt nghèo của cuộc đời. Nhìn thoáng một chút, thật ra đó là điểm nhấn để con người có cơ hội chuyển mình và nhìn lại chính mình. Biết vươn lên trong nghịch cảnh, như đóa xương rồng nở cánh hồng rực rỡ, ngạo đời với gió sương.

Phù du ơi hỡi phù du
Người đời rõ biết sao mù lối ra?

Đừng để mình mù lối, đừng để tâm mình mắc

cạn. Hãy tạo cho mình cơ hội, hãy tự xoay chuyển lấy vận mệnh của chính cuộc đời mình, đừng há miệng chờ sung. Cơ may không bao giờ tự đến.

Há miệng chờ sung, sung trái vụ
Khòm lưng đợi khỉ, khỉ đánh đu.

Sau cơn mưa ắt trời sẽ sáng, đủ nắng hoa sẽ nở. Ông bà ta nói: "không ai giàu ba họ, không ai khó ba đời". Đó là điều đương nhiên trong vòng xoay của kiếp nhân sinh. Những mắc xích cuộc đời nên mở, không nên thắt. Trời không triệt đường đi của ai bao giờ. Chỉ có mình tự huyễn hoặc, tự giết chết chính mình mà thôi.

Paris, ngày 28.08.2018
Tác giả **Đặng Tường Vy**

* Vô thường nghịch bước má hường
Em van người đấy, nhượng đường em qua.

* Há miệng chờ sung, sung trái vụ
Khòm lưng đợi khỉ, khỉ đánh đu.

* Hai chữ Di Đà trong tiềm thức
Giật mình khấn nguyện chí mành treo.

* Nằm nghe ếch nhái kêu hoang dại
Lệ rớt nhân gian khản tiếng sầu.

SÀI GÒN NAY

Em nguyên quán Sài Gòn
Lạc giọng giữa Sài Gòn
Nhận không ra Sài Gòn.

25.05.18

TA TRỌ NHÀ TA

Đêm nay ta trọ nhà ta
Ủ từng hơi ấm ruột rà tình thâm
Lướt qua bao nốt thăng trầm
Nay về xứ lạ lặng thầm xót xa

Đêm nay ta trọ nhà ta
Ngày mai tàu chuyển sân ga xứ người
Mẹ ta nở gượng nụ cười
Tiễn con gái nhỏ về nơi yên bình

Đêm nay trút cạn tâm tình
Hai tiếng gia đình in khắc sâu tim
Đêm nay đêm vẫn là đêm
Sao ta lại khó dỗ mềm giấc ngoan?

Mẹ ơi, con sẽ bình an...!

29.03.2018

P/S: Tâm trạng trước khi rời khỏi quê hương. Đêm cuối, mình ngủ trọ trong chính ngôi nhà của mình. Cảm giác thật lạ!

LẠC NHỊP QUÊ HƯƠNG

Chân bước ra khỏi bản đồ hình chữ S
Nơi cách xa nửa vòng trái đất
Ngôn ngữ lạ
Phong tục tập quán lạ
Ánh nhìn lạ
Cánh chim phương nam lạc

Hơi thở bay ra ngoài Tổ quốc
Sương rơi tuyết tụ, cây trơ lá trụi
Mắt trời lim dim ngủ
Vạt nắng trốn tìm chơi trò cút bắt với thời gian
Cánh chim phương nam mỏi

Trái tim đập lạc nhịp quê hương
Khát tình quyến thuộc
Khát hương quê nhà
Khát chùm khế ngọt

Lật tìm hơi ấm quê nhà từ phương trời lạ
Tay bắt mặt mừng
Thơ ngọt tình thơ

Nhặt hơi ấm bàn tay khi hơi thở bay ngoài vòng Tổ quốc
Nhớ da diết nhớ
Cũ, mới... đan xen
Khắc mảnh hồn Quê hương qua vần thơ viết vội.

01.04.2018

SƯƠNG TRẮNG SA

Em ở triền Tây sương trắng sa
Nhớ con sẻ nhỏ liệng quê nhà
Nhớ ngày nắng ấm chào rôm rả
Nhớ mắt môi cười tha thiết tha.

02.04.2018

DÒNG SÔNG KỈ NIỆM

Noisy le grand lặng
Mây bảng lảng, gió rít từng cơn
Căn phòng lặng
Em lặng

Mở khoá trái tim, lật tìm chiếc bóng yêu thương
Chúng dậy sóng cựa mình
Thổn thức

Trời Noisy le grand bình yên
Bồ câu tắm nắng
Em tắm dòng sông kỉ niệm
Ngụp lặn
Nhớ... cõng nhớ!

Đêm Sài Gòn vội vã, quên ánh nhìn trìu mến, quên lời chào từ biệt
Nụ hôn đành ký gởi đợi mùa thanh lý
Hẹn ngày về... bội thu.

03.04.2018

VÉN TRỜI PARIS

Gió lộng trời Paris níu gót chân Sài Gòn ríu ríu
Một bản photocopy mờ nhạt
Bản chính, bản phụ sản sinh ra một loại vi khuẩn
không thuốc đặc trị
Kẹt xe
Ách tắc giao thông

Đi sâu lòng mạch Paris nghe trái tim Sài Gòn ngạt
Một mê cung tráng lệ
Một ẩn số cho người Sài Gòn chân ướt
Một ma trận cho người Sài Gòn chân ráo
Gió lạc... ta lạc!

Tay run rẩy vén trời Paris
Ta lặng, quá nhiều ẩn số Đất nước chưa có đáp án
Nền giáo dục
An sinh xã hội
Y tế
Kinh tế thương mại

Nhiều dấu hỏi chờ hiền tài của Đất nước giải đáp
Ta hi vọng, ta chờ, ta đợi
Một ngày không xa, nắng Sài Gòn mượt mềm thời nhung lụa.

06/04/2018

NGÀY CHỚM XANH

Anh đào cuộn gió chơi rong
Cánh rơi như cánh pháo hồng năm xưa
Tiếng yêu đánh trống gọi mùa
Từng cơn sóng muộn rượt đua tìm về

Ti gôn huyền thoại ngủ mê
Sông thương sóng vỗ bẻ lề giấc ngoan
Trả đời nửa kiếp đa đoan
Lật trang nhật ký trả ngàn mây bay

Rượu tình chưa nhấp vội say
Nâng niu như thể... ta ngày chớm xanh.

27.04.2018

ĐÊM TRẮNG ĐÊM

Lặng nghe giông bão ngoài trời
Hỏi bằng giông bão trong đời tôi không?
Bước vào đêm trắng mênh mông
Riêng tôi ruột thắt nặng lòng con thơ

Gió hồi xuân, gió lẳng lơ
Ngạo đời gió trút mịt mờ không trung
Chân tôi bước cõi khôn cùng
Lòng nghe dậy khúc điệp trùng tơ giăng

Paris đêm trắng san bằng
Lòng tôi xoá hết những hằng số chung
Hẹn ngày tay nắm tương phùng
Bước cùng con trẻ vào vùng tương lai.

28.04.2018

KHI VIẾT CONG NGÒI

Thấy ánh sáng kinh đô
Thấy hang cùng ngõ hẹp
Thấy giun dế oằn mình
Thấy công xoè cánh đẹp

Nghe tiếng chó sủa ma
Nghe tiếng gà gáy sáng
Nghe hổ rống rừng già
Nghe đạo tà mê sảng

Hiểu trời chưa quang mây
Hiểu nắng chơi rượt bắt
Hiểu giông bão giăng đầy
Hiểu mặt trời hẹn khất

Biết viết đã cong ngòi
Biết mắt vô hiệu hoá
Biết miệng đã lấp bồi
Biết phúc nằm trong họa.

28.04.2018

DA VÀNG TRÊN ĐẤT KHÁCH

Da vàng bước chân trên đất khách, khát từng ngụm mặt trời quê hương
Chút se lạnh thổi chật lòng nhung nhớ
Nhớ bát cơm trắng thơm lừng của mẹ
Nhớ thố canh nghi ngút khói, mùi rau thơm ngan ngát, đặc quánh vị quê hương
Nhớ nồi cá liu riu ngọn lửa, thắp hương tình bát ngát, cháy ran lòng người xa xứ

Da vàng trên đất khách, nhặt từng mảnh phù sa yêu thương ghép vội
Bồi đắp ơn sinh thành, bồi đắp tình dưỡng dục
Đi nửa vòng trái đất
Núi cao đuổi bước, biển rộng đo lòng, sông ngăn vách thở

Da vàng trên đất khách, chảy máu rễ cội nguồn
Sông sâu sóng cuộn
Lúa chín bạc đầu
Tuyệt vọng!
Kéo mây che trời... đắp mộ ước mơ xanh.

30.04.2018

DẢI LỤA VÀNG

Kéo chăn kín chỗ em nằm
Khéo co đủ ấm sưởi trăm năm tình
Bây giờ cây cải làm đình
Cành sung trổ nụ ta mình thành đôi

Bây giờ mây núi chung đồi
Rơm kia bén lửa đỏ trời sông thương
Vàng hoa chín rụng sân vườn
Trăng tình soi bóng điểm hường má em

Gầu anh thả giếng trời đêm
Thả sâu sâu mấy cho mềm giấc ngoan
Cuộn tình trong dải Lụa Vàng
Chân giường gãy một... mây bàng bạc trôi.

04.05.2018

GIẤC MƠ ĐÀN BÀ

Đêm phản bóng quay lưng
Người đàn bà úp mặt
Tức tưởi!

Lật gói hành trang cuộc đời
Tơ giăng chi chít
Bà ấy ước được lần mắc lưới
Cô độc cháy xém, tâm hồn bừng lên ngọn lửa khát khao
Lá xanh cành nhớ

Ủ lòng đêm, loay hoay tìm nhặt bóng
Chiếc bóng biệt tăm
Người đàn bà cùng kiệt

Khát điều ước
Khát bờ vai
Tựa lòng đêm, dệt giấc mơ... ĐÀN BÀ!

16.04.2018

NỨT NỤ ĐOÁ VÔ ƯU

Lửa hoàng hôn xám nuốt chửng nụ cười trong vắt,
khép đôi cửa sổ tâm hồn
Ngôi nhà vắt vẻo, leo lắt ánh đèn, không đun chín
nổi một niềm tin
Dầu cạn, nến cạn, hay đang chờ ngày thanh lý

Cửa sổ tâm hồn khép
Ánh mặt trời phương Tây đốt cháy vần thơ chưa dậy
thì con gái
Khát mùa xuân sắc
Nợ lời yêu thương
Nợ câu cảm ơn người tình phụ

Trong ánh ban mai mờ ảo, đôi chim quyên ríu rít dìu nhau, quấn quýt tựa nhau
Tìm xuân, đợi xuân
Cánh cửa sổ tâm hồn khép, sợi nắng thừa trong bóng tối liêu trai
Em đan kín trời bao dung
Em đan tia nắng muộn
Em dệt gió vươn vai
Anh đưa Lụa về trong nắng, anh đưa thơ về trong gió
Ta... bước vào đời nhau

Em giã từ thơ
Em giã từ ký ức, giã từ, giã từ...
Lửa hoàng hôn xám, nứt nụ đóa vô ưu.

12.05.2018

P/S: Những ngày cuối phẫu thuật, bệnh xâm lấn làm mờ đôi mắt, tinh thần suy kiệt. Một tình yêu, là động lực lớn lao giúp tác giả vững tâm bước vào cuộc chiến, giành lại chính mình.)

HOA BẤT TỬ

Cắm lên mộ phần một đóa hoa, một đóa hoa thay cho lời muốn nói
Tình yêu thương ngoại dành cho con

Ngoại biết con bơ vơ, có ba mẹ lại thừa cút côi
Ngoại biết con tủi phận, rách lòng tin với đời
Lánh mình với nhân gian

Ngoại dang đôi cánh. Đủ nắng, đủ ấm, đủ sưởi một quãng đời thơ dại
Nhớ ngoại, nhớ chái bếp sau hè, nhớ tiếng chảo xoong
Nhớ da diết nhớ!

Ngoại đi rồi, con thay mẹ tặng ngoại một đóa hoa,
ghi dấu ngày con trổ nụ
Năm tháng mờ, năm tháng phai
Ngoại trong con, một đóa hoa bất tử

Con xứ lạ
Mẹ quê nhà
Ngoại ngoài đồng vắng
Đến bao giờ? Biết đến bao giờ?
Con, mẹ, ngoại, chung một mâm cơm. Rộn rã tiếng
cười, sau chái bếp năm xưa?

13.05.2018

RỒI ĐÂY TÔI ĐI BIỂN

Rồi đây tôi đi biển
Biển nơi này xanh trong
Y đức và tâm đức
Sóng không dâng gợn lòng

Dự báo là biển lặng
Sóng ngầm hết cuộn dâng
Đêm bước nhường cho sáng
Tôi gỡ nghìn tơ giăng

Rồi đây tôi xa biển
Cảm ơn người tái sinh
Cho tôi lần ân điển
Ngắm ánh hồng bình minh

Có treo mình bão tố
Mới giữ được tâm bình
Có đem mình cầm cố
Mới hiểu đời thác ghềnh

Cát bụi sinh từ gió
Hết hạn nợ trần phơi
Hỷ xả là buông bỏ
Biển lặng thuyền xa khơi.

15.05.2018

GIẾNG & GẦU

Giếng bao nhiêu độ là sâu
Sâu bao nhiêu đủ cho gầu thả dây
Nước bao nhiêu gọi là đầy
Đầy bao nhiêu đủ cho dây chịu gầu?

09/12/2017

CÂU KINH CHÍN MÙA

Lá xanh ngả nửa màu trà
Em nghiêng mình đón bóng tà hoàng hôn
Lom khom ngồi vá mảnh hồn
Mới hay lá úa thổi bồn chồn đau

Lá sen hứng nắng đỉnh đầu
Bùn chân còn lấm cung sầu giăng tơ
Lòng ôm ấp mảnh tình thơ
Đâu hay rêu bám rễ mờ sắc xuân

Em về khâu bóng thanh tân
Thắp nhang hỏi bụt tình trần còn leo
Tránh sao số kiếp bọt bèo
Đợi mùa chín vụ gặt gieo tâm lành

Trời sinh voi cỏ đã đành
Em sinh sao thiếu màu xanh an bình
Soi đèn trong suối tâm linh
Bồ đề trĩu hạt câu kinh chín mùa.

20.05.2018

Giấc Mơ Em

GIẤC MƠ EM

Trong bóng tối chập chùng
Có vàng thau trộn lẫn
Trong bóng tối góc mùng
Ôm chặt lòng địa chấn

Cơn sóng say thét gào
Bởi bàn tay thủy thủ
Ôi sóng ghen má đào
Cánh thuyền dong vừa đủ

Trong giấc mơ tối trời
Chuyến tình đêm ngược gió
Ngoài kia biển lặng rồi
Ngọn hải đăng rực đỏ

Gói giấc mơ em về
Tình giăng màu mắt biếc
Trong biển xanh bốn bề
Có vòng tay cuộn siết

Chết giấc hôn mê đời
Thấy muôn trùng sỏi đá
Ngờ đâu trong biển cả
Sóng tình vẫn cuồng quay.

22.05.2018

DẬY MÙA

Em đi sợi nắng rót nghiêng
Lúa đòng nín hạt lời nguyền trăng treo

Thuyền tình phận gái đậu neo
Ớt cay đúng vụ đất nghèo cũng thương

Hai ta gieo cấy ruộng vườn
Trái xanh chờ vụ, trái hường bẻ đôi

Chờ ngày trầu thắm đầy cơi
Quả cau bổ nửa giếng khơi dậy mùa.

24.05.2018

BÀN TAY ĐỘ LƯỢNG

Phơi câu kinh trong lòng
Nghe dòng tâm thức chảy
Hạt sám hối trổ đòng
Trên cánh hồng thơ dại

Hôm qua còn mê mải
Khoát lớp áo si mê
Nhạo nụ cười sư, sãi
Nào hay kiếp nạn kề

Mưa rơi trên mái ngói
Như tiếng vọng mõ chuông
Đôi chân trần rệu mỏi
Nương chiếc lá vô thường

Quên giấc mơ khanh, tướng
Gói trọn tiếng yêu thương
Bàn tay che độ lượng
Đời vẫn rạng sắc hương.

21.05.2018

NGẢ NÓN NGHIÊNG VÀNH

Lật đêm trời sáng
Lật dáng thấy lòng
Ai gieo cây cải xanh ngồng
Cho câu lục bát thả bồng bềnh trôi

Chắp đôi cánh nhạn
Phiêu lãng trời xa
Hải âu xoải cánh la đà
Chân trời góc biển tình pha ly đầy

Sóng say từng lọn
Đất rón rén chào
Nâng ly mời sóng cuộn gào
Cùng ta mặn nhạt lẽ nào làm ngơ

Câu thơ chín ngọn
Ngả nón nghiêng vành
Đêm nay trăng vẽ tròn tranh
Ta nâng chén rượu nghiêng vành môi say.

30.05.2018

BÚP NON CÀNH NHÀ

Búp non cành nhà
Sâu lòng cội rễ
Nắng mưa bất kể
Xanh từ lá hoa

Búp non nhà ta
Yêu sao yêu lạ
Dù cho sương giá
Vẫn yêu đậm đà

Búp xanh biếc xanh
Ngày ngày chăm chỉ
Học chân thiện mĩ
Mong ngày thành danh

Búp non lồng son
Trong vòng tay mẹ
Líu lo chim sẻ
Vang tiếng cười giòn.

01.05.2018

(Tặng các búp măng non nhà ta nhân ngày Quốc tế thiếu nhi)

HOÁ THẠCH NGÔN NGỮ

Chín tháng vo tròn trong bụng mẹ
Mặc dòng nước chuyển xoay
Bình yên tiếng thở, lắng nghe ngôn ngữ cội nguồn
ấm áp yêu thương

Chào đời, âm vang tiếng khóc
Khóc cuộc tái sinh
Khóc đời gập ghềnh
Theo dòng năm tháng
Học cười, học nói, học kỹ năng tránh bão đời, học nhìn thấy thói đời che thưa vải

Trưởng thành
Tập uốn lưỡi lấy lời, tập cười nửa miệng, tập yêu nửa mùa
Biết đạo đức xây từ những mảng tường vôi vữa
Biết danh lợi đánh sập con chữ đội lốt nghĩa tình

Khi biết phân biệt giữa áo cà sa và áo giấy
Lặng lẽ thu mình góc nhỏ
Trả nụ cười cho mẹ
Trả ngôn ngữ cho đời

Tập tễnh bước đi
Học im lặng, mặc gai nhọn đâm sướt máu tim
Nuốt lệ vào lòng
Hoá thạch một hồn thơ đang thì lúa chín.

02.06.2018

VÀNG ĐỒNG LÚA CHÍN

Có những niềm đau
Cháy bừng ngọn đuốc
Có những niềm đau
Tự mình ve vuốt

Có những niềm đau
Dường như chín ruột
Mộ sâu không đào
Câu chào gió trượt

Có những niềm đau
Tự môi nghiền nát
Trong giấc chiêm bao
Tin lời chim hát

Niềm đau niềm đau
Vàng đồng lúa chín
Gió thổi lộng, trào
Bước vào quán tịnh.

03.04.2018

CẦU TRE LẮT LẺO

Chiếc lá xuôi con nước
Chiếc lá nằm phơi sương
Hai đứa song hành bước
Bàn chuyện khói vô thường

Nghiệp dâng đời cuộn sóng
Ta cùng nàng lênh đênh
Đời vỡ tan bọt bóng
Mình tập qua thác ghềnh

Lá phơi sương phận duỗi
Nằm xót phận thương đời
Lá xuôi mình nước nổi
Răng môi máu bật cười

Qua cầu tre lắt lẻo
Thương mình bé tí teo
Cuộc đời đan cẳng tréo
Hai đứa buồn đá leo.

10.06.2018

(Kỉ niệm với nàng thơ Tô Minh Yến)

VIỆT NAM - ĐẤT NƯỚC TÔI

Tự hào hai tiếng Việt Nam
Đồng xanh biêng biếc nắng tràn chân mây
Xa xa trắng cánh cò bay
Chồng cày vợ cấy tình say nắng mùa

Võng đưa kẽo kẹt ban trưa
Ve râm ran hát gọi mùa yêu thương
Quê tôi đường ngọt vị hương
Ngọt từ tấc dạ, thơm đường mía lau

Quê tôi đẹp, quê tôi giàu
Rừng vàng biển bạc, đất màu mỡ tươi
Quanh năm cây trái xanh ngời
Cái tôm cái tép nụ cười hồn nhiên

Dân lành no giấc bình yên
Canh rau đạm bạc thuận thiên mệnh trời
Ai ơi, đừng đánh đổ đời
Đừng vì danh lợi mà chơi ván cờ

Lật con nước đổi từng giờ
Thuyền về lối cũ, hỏi bờ bến đâu?
Quê hương tranh lụa sánh màu
Cúi hôn đất mẹ đãi thau... tím lòng.

07.06.2018

BẺ KHOÁ QUAY VỀ

Kéo co áng mây đời
Bóng nắng nằm tròn nôi
Lênh đênh con nước nổi
Mây gõ nhịp bồi hồi

Đêm trắng chìm trắng đêm
Chờ nắng rót bên thềm
Chờ yêu ma thổi nến
Vá mây đời bình yên

Qua chuyến phà định mệnh
Giữa xanh lồng paris
Xuân ơi, đừng chuyển bến
Cùng ta cánh thiên di

Nơi chôn nhau cắt rốn
Dòng máu đỏ bừng sôi
Lửa lòng loang đỏ đốm
Chờ nắng hồng chan môi

Mai bình minh lỡ giấc
Cuốn ta vào cơn mê
Đi nửa vòng trái đất
Chân bước hẹp triền đê

Ôi, ngày dài lê thê
Chật ta trong bốn bề
Nhớ sâu nguồn cội rễ
Mong bẻ khoá quay về.

08/06/2018

(Bài thơ ghi dấu kỉ niệm ngày tác giả tái sinh lần 2 trên đất Paris)

BÓNG CÂU CHÌM NỔI

Lỡ mai này bẻ bút
Cánh Tường Vy về đâu?
Lỡ sông đời chia khúc
Ai dựng mố xây cầu?

Em yêu từng con chữ
Từ khi sóng bạc đầu
Ôi, phận đời xứ nữ
Chìm nổi chiếc bóng câu

Chữ tuôn khi lệ đổ
Lau giọt thừa mặn môi
Chữ cùng em rộ nở
Khi nụ đời thắm tươi

Chữ cùng em chắp cánh
Bay khắp cuộc bể dâu
Giữa biển đời hiu quạnh
Em dệt phép nhiệm màu

Đó là em giả dụ
Chữ ơi đừng buông xuôi
Hãy cũng em vượt lũ
Mang hương sắc cho đời.

08.06.2018

P/S: Kỉ niệm ngày "nhập hạ" trên đất Paris

PARIS VÀNG

Cảm ơn anh
Cảm ơn đời đã có anh
Cho em hiểu được lợi danh mây mù

Một câu kinh
Một câu trì niệm tâm bình
Giúp em qua chốn tội tình thế gian

Paris vàng
Paris đêm trắng hè sang
Qua vùng dâu bể, Lụa ngoan tay người.

12.06.2018

ĐÔI KHI

Đôi khi giấu tỉnh khoe điên
Để xem nhân thế oan khiên mấy tầng

Đôi khi buôn thánh bán thần
Để xem mắt thịt phàm trần ra sao

Đôi khi đốt cháy thanh cao
Nằm nghe gió thét gió gào trong thơ

Tình đời gói giấy buộc nơ
Cọ lăn nét vẽ vết nhơ... tù tì.

18.06.2018

XOÁ VẾT MÀU RÊU

Bởi do phúc mỏng nghiệp dầy
Tơ hồng se chỉ trời Tây nửa vòng
Mẹ đi để lại tấc lòng
Bỏ con thơ dại, bỏ dòng sông thương

Trời Tây lạc chiếu xa giường
Ngày cơm bệnh viện, đêm sương giá lòng
Tưởng đâu qua được bão giông
Mắt xưa giờ đã phụ công mẹ hiền

Đêm nằm khấn nguyện chư thiên
Cầu cho kiếp nạn mau liền trừ, tiêu
Xoá lòng xoá vết màu rêu
Vẽ xanh từng mảnh tình yêu riêng mình.

15.06.2018

(Nỗi buồn biến chứng mờ mắt sau phẫu thuật)

VẼ ĐỜI MỘNG MỊ

Ngày hôm qua đâu rồi
Em quên tờ lịch cũ
Ngày hôm qua đâu rồi
Em chìm sâu giấc ngủ

Ngày hôm nay đến gần
Con trâu quên cày xới
Ngày hôm nay qua dần
Mẹ thay tờ lịch mới

Sáu tháng rồi ơ hay
Lời thơ trong mộng mị
Thả mây trời tung bay
Rót nghiêng đời thi sĩ.

19.06.2018

(Cuộc đời tác giả bỏ quên trong giấc ngủ)

CƠN ĐAU KHÔNG NGƯỜI GÁNH

Đêm thả mình bơi ngửa với thời gian
Giấu tiếng thở đêm
Giấu tiếng niệm trì

Trong cơn đau hoại diệt, giằng co, xâu xé
Chiếc bóng nằm cong vênh
Nhớ nhà
Không châm được điếu thuốc
Khói lòng bay... bay... bay

Vọng bóng quê hương
Ba thân yêu, nghiêng đời trong gió nghiệp, cô đơn
vò võ
Gồng mình kiếp nạn trả vay
Yếu ớt, mỏng manh
Cơn đau không người gánh

Không ai sợ gió vô thường, chỉ sợ đường cạn lối
Gói bước chân
Buộc tư tưởng
Giết niềm tin

Trong cơn đau cùng cực, nhớ ba, nhớ nhà
Con chữ lưu vong theo dòng nước mắt, chan chứa tình yêu thương
Gói trọn lòng thơm thảo
Con gái nguyện cầu... ba gặt quả mùa xanh.

17.06.2018

CƠN ĐAU TÁ TÚC

Ngoài kia gió lẫy lừng
Gọi đau về tá túc
Ngọn xanh xanh vũ khúc
Bẻ từng lóng kiêu sa

Rủ mây trời hoan ca
Xới tung miền cảm xúc
Gió vô tình đánh gục
Cánh Tường Vy xa nhà.

22/06/2018

VUI SỐNG

"Vui cùng trăng gió hồn thơ lộng
Thắm nghĩa kim bằng phách lạc khơi."

VUI sống từng giây thỏa ước đời
CÙNG người tận hưởng phút đầy vơi
TRĂNG thanh tỏa sáng lòng yêu gợi
GIÓ bấc lạnh lùng tiếng ái rơi
HỒN có bay cao hồn nhắn gởi
THƠ là mộng ủ thơ tuôn lời
LỘNG vang khúc hát tình nhân hỡi
THẮM NGHĨA KIM BẰNG PHÁCH LẠC KHƠI .

28.06.2015

CÁNH MỀM XA TỔ

Con không còn chiêm chiếp
Gọi mẹ khi chiều rơi
Con đón nhận bão đời
Khi mặt trời xa mẹ

Con tập quên thỏ thẻ
Trong bóng đêm dần sang
Con mọc cánh ra ràng
Mẹ ngỡ ngàng xót dạ

Bên phương trời xa lạ
Mùa hạ trắng lòng đêm
Mẹ trăng khuyết lưỡi liềm
Con cánh mềm xa tổ

Tập dang đôi cánh vỡ
Mười bảy gãy gì đây
Con lạc mất bàn tay
Mẹ thêm lần xẻ thịt

Mười bảy năm quấn quýt
Con bảo tình gối chăn
Nay mẹ lạc xác, thần
Con chân trần... bước vội.

27.06.2018

(Tặng con sinh nhật 17 tuổi. Lần đầu trong đời em xa mẹ lâu như thế)

YÊU LỜI NẮNG THỔI

Em không là đại thụ
Đứng giữa trời vươn vai
Em không là hồng gai
Mà sầu giăng mây trắng

Qua một lần cay đắng
Gió nghiêng chiều không anh
Cánh Tường Vy mong manh
Nói yêu lời nắng thổi

Ai chào mây hờn dỗi
Ai đẩy tình khơi xa
Ai mắt biếc nhạt nhoà
Đem gởi hồn xanh cỏ

Cánh Tường Vy vàng võ
Xếp mình căn gác xưa
Nằm xem gió dỗi mưa
Vẫn yêu lời nắng thổi.

28.06.2018

BÁN NỖI BUỒN

Ai gánh hộ tôi chút nỗi buồn
Cho tôi rỗi nghiệp với văn chương
Từ nay thơ phú trôi hình tướng
Điểm phấn tô son, điểm má hường

Tôi bán niềm riêng, bán đoạn trường
Từng con chữ nhỏ chít chi thương
Người ganh kẻ ghét lời vô thưởng
Mạt pháp dậy cuồng, nghĩa bất lương

Dâng nhánh từ bi, thắp nén hương
Nguyện cho sẻ nhỏ họa thôi lường
Nguyện cho tiêu thoát nghìn tơ vướng
Sẻ nhỏ buông tình vương vấn vương

Ai bảo hè về tô cánh phượng
Chỉ hay xuân tận điểm đời sương?

07.04.2018

NHẶT TRỜI ĐỘ LƯỢNG

Không tường thuật chưa hẳn là không thấy
Đã thấy rồi chưa hẳn không nghe
Đã nghe rồi chưa hẳn sẽ nói

Khi dồn một khối cảm xúc vào thinh lặng
Con người mạnh mẽ hơn
Trầm tĩnh hơn
Và bất cần hơn

Không đường hầm nào không có lối thoát
Muốn tìm thấy ánh sáng
Con người phải kiên trì, gắng vun xới niềm tin, hi vọng
Ngày chúng trổ hoa, ngày ta gặt hái

Im lặng
Giác ngộ
Là mầm gieo cấy thành công
Không có cơn giông nào thổi mãi
Không có vạt nắng nào bất tận

Đêm trôi, ngày chảy
Sau mưa, trời sáng
Quẳng gánh sầu lo, nhặt trời độ lượng.

02.07.2018

NẾU EM LÀ CỎ DẠI

Nếu em là cỏ dại
Sẽ bất tử trường sinh
Mỗi ngày là bình minh
Cho phù sa bồi bãi

Nếu em là cỏ dại
Anh sẽ là gì đây
Xin đừng làm mưa mây
Cho đời em khát cháy

Em đã là cỏ dại
Anh hãy là trăng đêm
Cuộn gió tình bập bênh
Giải ngay bài toán khó.

04.07.2018

NẮNG HẸN MAI SẼ LÊN

Ta đi qua biển đen
Nơi gọi là thần chết
Hải đăng không đỏ đèn
Nắm bàn tay thần chết

Đi sâu lòng biển đen
Hứng nghìn cơn sóng dữ
Hỏi sao trời hờn ghen
Hoá thân người tình phụ

Ta cập bờ biển đen
Nơi thuyền không neo đậu
Sóng to nhỏ đan xen
Bặt thanh loài sáo sậu

Nắng hẹn mai sẽ lên
Cho Tường Vy rực cánh
Đỏ lòng câu kinh Thánh
Họa phúc đường thênh thênh.

05.07.2018

ĐÊM TRẮNG PARIS

Trời Paris tứa nắng
Khất em màu môi anh
Bồ câu bên hiên vắng
Đợi sóng tình dâng xanh

Đếm mồ côi ký ức
Lửa nung rát tình thơ
Tựa anh sông non khúc
Bờ đê nghiêng bước chờ

Đêm nay lòng em trắng
Mỏi bước triền đê xưa
Giấu anh trong khoảng lặng
Hỏi lòng còn... gió... mưa?

12.07.2018

TIẾNG THỞ DÀI

Tiếng thở dài rón rén
Chùm cỏ dại ao nhà
Rễ độc tài mọc bén
Muối mặn khuyết màu da.

20.07.2018

NGỌN ĐÈN MẪU TỬ

Năm trước đậu cành cong
Năm nay cành cong đậu
Ai bảo biển xanh trong
Bởi chưa từng lướt sóng

Tiếng Di Đà vang vọng
Trong máy cộng hưởng từ
Nỗi niềm riêng khó giấu
Bày chi cõi thực thư

Tay thưa che gió lộng
Nửa muốn về hư không
Nửa thương đau gượng sống
Thương con thơ nghẹn lòng

Giả dụ thôi con nhé
May mắn không mỉm cười
Tình thiêng liêng xẻ nghé
Con vẫn cố thành người

Thành người không đơn giản
Mày giữa đức lẫn tài
Giữ tâm trong bình thản
Dẫu cho đời nghiệt cay

Mẹ châu lăn giữa phố
Tìm không thấy bước quen
Mẹ đánh đu phận số
Thắp đời con sáng đèn.

27.07.2018

Ủ THÓC XANH BỒ

Lạ gì rêu mốc xanh chồi
Lạ gì tiếng khóc đười ươi dỗ dành
Tin gì quạ hót tiếng thanh
Cuộc đời là áng mây lành chưa tô

Em về ủ thóc xanh bồ
Từ bi em cấy đầy hồ lô tâm
Hai tay hứng ánh trăng rằm
Mặc cho rêu mốc lặng thầm gieo nhân.

31.08.2018

TRĂNG THU DẬY MÙA

Soi gương vuốt lại mái đầu
Tóc màu lụa cũ nhường màu sương sa
Chiếc cầu dâu bể bước qua
Yêu sao ngày tháng mắt na chân trần

Rong chơi thôn xóm xa gần
Hồn nhiên trước ngọn phong hân đợi chờ
Một ngày vụn vỡ giấc mơ
Bước qua cửa tử bơ vơ một tình

Mỉm cười với cuộc tử sinh
Lợi danh chiếc bóng vô tình bạc vôi
Biển đời đi phận mồ côi
Bước qua mới hiểu bóng đời phù du

Thiền tâm vén áng mây mù
Soi lòng sóng lặng trăng thu dậy mùa.

04.08.2018

EM CỦA NGÀY HÔM NAY

Em của ngày hôm qua
Là bài thơ viết vội
Lửa đời ngun ngút khói
Gió cuộn về khơi xa

Em của ngày hôm qua
Nét chì lem trang vở
Tuột chân con bến lỡ
Cầm cố hết niềm tin

Em của ngày tái sinh
Ngát hương mùa trái chín
Tiếng chim đùa khua tĩnh
Nét cười điểm bình minh

Em là của gia đình
Bình yên bên khung cửa
Tình yêu trong bếp lửa
Vị đời chan chứa chan

Em đếm từng bậc thang
Em ngoái đầu nhìn lại
Không gì là mãi mãi
Chuyện tình như luống khoai

Em của ngày hôm nay
Bình yên như nắng trải
Em không tình quảng đại
Đủ ấm, sưởi bàn tay.

13.08.2018

PHẬN CHẢO XOONG

"Râu tôm nấu với ruột bầu
Chồng chan vợ húp gật đầu khen ngon"

Em về với phận chảo xoong
Nấu cơm giặt áo tình son dâu hiền

Bán thơ bán cả ưu phiền
Tìm vui với mảnh tình riêng vun đầy

Em từ cõi ấy về đây
Ngộ ra nhân thế khuyết gầy bóng trăng

Kẻ khôn giữ kẽ giữ răng
Để cho người dại chạy lăng xăng tìm

Em về vuốt bóng nghiêng thềm
Thấy người chung gối ruột mềm xót xa

Tình chung trên luống dưa cà
Cá khô cơm trắng mùa hoa tím mùa.

04.08.2018

XIN ĐƯỢC GIEO ÂN ĐIỂN

Mùa Vu Lan lại đến
Ba bước vào cơn mê
Ba ngập ngừng rời bến
Lần khân cõi đi về

Trong cơn đau giá buốt
Con cũng từng đi qua
Rồi người người lần lượt
Nhất tâm niệm Di Đà

Ba trót gieo nghiệp nợ
Ân xá mùa Vu Lan
Ba nương theo nhịp thở
Xin bước đi nhẹ nhàng

Nơi phương xa con nguyện
Xin Trời ban phước lành
Xin được gieo ân điển
Đón ba về Trời xanh.

14.08.2018

TRỞ GIÁC MÙA RÊU

Tìm về Bát Nhã Ba La
Khi lòng nặng gánh mưa sa cuộc đời
Sương giăng, giăng trắng góc trời
Biết đời tan hợp đổi dời từng khi

Đong cao lường thấp làm gì
Nụ cười nào mãi giữ ghì môi ai
Yêu chi nét ngọc mày ngài
Chuyện đời sinh tử khéo bày khéo thêu

Một lần trở giấc mùa rêu
Đồng xanh im tiếng, cánh diều làm reo
Bàn tay nắm lấy bọt bèo
Ngày vui đã tận sao chèo chống đây

Ba La Bát Nhã vun đầy
Sắc không, không sắc, chẳng ngoài, chẳng trong
Đài Liên Hoa ánh trổ đồng
Đón người Phật tử lưu vong trở về.

17.08.2018

TIỄN BA LẦN CUỐI

Con bên này sông, tiễn ba qua bên kia núi
Biệt ly, biệt ly...
Phương trời bên ấy ba đi
Nghìn trùng

Con đâu nghĩ ngày con bước đi cũng là ngày chia biệt
Ba ôm nỗi đau không người gánh
Con cũng ôm nỗi đau không người gánh
Con vượt biển mồ côi để tìm thấy chính mình
Ba lạc tọa độ
Đi không trở về

Người thân tiễn ba đến huyệt mộ
Người quen tiễn ba nơi đầu ngõ
Người biết họ thắp cho ba nén hương
Ấm lòng

Còn con - Con gái ba, tiễn ba từ nửa vòng trái đất
Từ nơi đất khách quê người
Không hương không khói
Từ video mờ nhạt nhìn ba lần cuối
Ba - con, bất lực nhìn nhau, lời từ giã theo ba vào đáy mộ
Biệt ly, biệt ly...

Cầu nguyện Đức Di Đà soi đường dẫn lối
Trong cận tử nghiệp Ba tìm thấy ánh sáng đạo tràng
Nhất tâm đảnh lễ!

20.08.2018

P/S: Con Đặng Thị Lụa pháp danh Diệu Niệm nguyện cho Ba được siêu sanh tịnh độ.

HOA NỞ MÙA SAU

Không còn, còn không nhịp thở
Người đã đi rồi có trở về không
Ai qua cảnh giới mây bồng
Ai về tay trắng bụi bồng bềnh bay

Hôm qua lá biếc trên cây
Hôm nay lá nói chia tay tận mùa
Chiếc nôi sinh tử đong đưa
Có người từ giã mùa xưa về trời

Hôm qua nói nói cười cười
Hôm nay khăn trắng tiễn người qua sông
Hôm qua còn nghĩ sâu nông
Hôm nay nhịp trút gió lồng tay buông

Sông sâu có cội có nguồn
Đời người nào biết tận tường cam lai
Cúi đầu trước Đấng Như Lai
Tìm về bổn thiện mong ngày nắng lên

Trả đời ngày tháng cong vênh
 Ươm mầm công đức, phúc thênh thang chờ
Sương mê thôi níu duyên hờ
Giác ngộ neo bờ hoa nở mùa sau.

24.08.2018

KHUYẾT MÙA VU LAN

Ba đi
Vu Lan nhạt nắng
Chuông chiều vọng đưa

Én chao
Lạc mái hiên chùa
Câu kinh nguyện niệm, đưa người vãng sanh

Tha hương
Gió buốt sâu lòng
Bàn tay vịn nắng sưởi giòn mùa đau

Ba đi
Mây ngũ sắc... rời!
Vu Lan điểm khuyết, quê người lạc nôi.

25.08.2018

GIÓ THỔI PHẬN LỒNG

Một ngày phiền não buông rơi
Là ngày gieo cấy nụ cười thần tiên
Câu kinh xếp túi muộn phiền
Ru người vào giấc hồn nhiên an bình

Ba La Bát Nhã tánh linh
Miền chân như ngộ, giác bình thân tâm
Khói sương mầm khổ đau ngầm
Biết tình nhân thế mưa dầm thấm sâu

Gói vô minh, thả giang đầu
Hai tay hứng lấy nhiệm màu sắc không
Đồng xanh gió thổi phận lồng
Hiểu đời cát bụi nhẹ bồng bềnh trôi.

26.08.2018

VÃNG SANH TỊNH ĐỘ

Con thuyền Bát Nhã nơi đâu
Đưa Ba tôi khỏi biển sầu nhân gian
Tôi chưa thắp được nén nhang
Tiễn người về cõi địa đàng xa xôi

Khói lòng nghi ngút trong tôi
Bẻ đôi hạnh ngộ mồ côi câu chào
Lênh đênh trên ngọn ba đào
Đêm nằm nghe sóng thét gào biệt ly

Phương xa con tiễn Ba đi
Bằng câu lục bát Tường Vy ngọt ngào
Én con bay liệng cánh chao
Quê nhà phủ trắng một màu khăn tang

Ba đi thong thả nhẹ nhàng
Đứa con gái nhỏ nuốt hàng lệ rơi
Mong Ba nở trọn nụ cười
Vãng sanh tịnh độ nghiệp đời chướng tiêu.

28.08.18

(Ngày di quan - tiễn Ba từ phương xa)

GIẤC MƠ QUA

Giấc mơ vừa đi qua
Ta hiểu ra tất cả
Cuộc đời còn chi lạ
Mong manh tấm thân ngà

Giấc mơ đã đi qua
Hợp tan, hợp tan rã
Đời vô thường vô ngã
Bình lặng nhìn mưa sa.

18.10.2015

MẤY AI?

Mấy ai thoát khỏi lưới tình
Mấy ai giữ được tim mình đừng rung

Mấy ai trọn vẹn thủy chung
Mấy ai tay nắm đi cùng tháng năm

Mấy ai có mắt chẳng lầm
Mấy ai giữ được chữ tâm trọn đời?

10.10.2015

NGƯỜI ĐÀN BÀ (2)

Người đàn bà không có mùa xuân
Lạc bước lang thang khắp ngõ trần
Tết đến xuân về nghe trống vắng
Lá đời rơi rụng ở bên sân

Người đàn bà ủ ấm trong chăn
Gặm nhấm cô đơn máu lạnh dần
Không hiểu cớ sao mà phận bạc
Viết vần thơ với giọt châu lăn

Người đàn bà muốn bước chân đi
Nhìn khắp dương gian chẳng ước gì
Lặng lẽ một mình căn gác nhỏ
Mùa xuân không thắm đóa Tường Vy

Mong xuân, xuân đến, xuân về đến
Đông ở trong lòng sao chửa tan?

09.02.2016

NHÌN

Ngửa mặt nhìn đêm - đêm tàn hoang vắng
Ngửa mặt nhìn trần - nghìn mối tơ giăng

Ngửa mặt nhìn tôi - xót đời câm lặng
Ngửa mặt nhìn trời - khuyết nửa vầng trăng

Ngửa mặt nhìn anh - hai đường song thẳng
Ngửa mặt nhìn đời - còn lại gì chăng?

28.04.2016

LỜI THÌ THẦM

Giả dụ ta yêu nhau
Xuân trở mình nói nhỏ
Lời yêu thương còn đó
Lá tình vẫn gạch son

Giả dụ tình chín non
Đó là mùa hái bói
Hai đứa mình đừng vội
Mùa dậy thì còn xanh

Giả dụ lửa cháy nhanh
Chỉ một lần rồi tắt
Đó là lần sống thật
Đừng trách chuyến đò ngang

Giả dụ ngày sang trang
Ta rời bàn tay nắm
Thay đất trời gởi gắm
Lời thì thầm mùa xuân.

05.07.2017

CHO EM ĐƯỢC MỘT LẦN

Cho em được một lần
Làm thiêu thân hiến xác
Ngọn lửa tình cháy khát
Cảm nhận từng nhịp rung

Cho em biết tận cùng
Tình yêu là sóng dậy
Vòng tay tròn cuộn lấy
Thả hồn mình đi hoang

Cho em được một lần
Làm đàn bà hoang dại
Nếm vị hương tình ái
Biết đời còn có anh

Dẫu tình là mong manh
Nến một lần thắp sáng
Dấu ân tình mãi rạng
Dù năm tháng phôi pha

Mai sau tấm thân ngà
Có đồng sàng dị mộng
Có chôn vùi khát vọng
Vẫn tạt lòng hôm nay.

11.03.2016

XIN ĐỪNG BƯỚC VỘI

Xin đừng nói tiếng chia xa
Trong mưa có nắng, trong ta có tình
Tử sinh, sinh tử vô hình
Trong sinh có tử, trong tình có ta

Xin đừng nói tiếng chia xa
Trong vàng lá đổ sinh ra xanh mầm
Từ trong sâu thẳm lặng câm
Trăm nghìn nhịp đập nói thầm yêu anh

Xin đừng bước vội qua nhanh
Trong tan có hợp, trong thành có hư
Trong ảo ảnh, có chân như
Trong em gói cả trăng thu tặng người

Tình em nốt nhạc không lời
Nhẹ nhàng len lỏi tình rơi giếng tình
Con tằm khát lá tồn sinh
Riêng em khát tiếng: ơi mình, mình ơi!

20.07.2017

MÙA THƯƠNG CÓ VỀ

Một em, một đàn bà, một tôi
Đi chiều ngược gió
Mây co cụm hờn

Một bước đi, một bước tới, một bước qua
Nắng chơi rượt bắt
Bỏ ta một mình

Một lần đi, một lần xa, một lần mắt biếc nhìn ta thở dài
Gió gào
Mây cuộn
Mưa tuôn
Ta ngồi chất vấn với Tường Vy đây!

Một em - hương lúa chín cây
Một đàn bà - với dạ quay quắt buồn
Một tôi - hứng giọt mưa tuôn
Hỏi:
Vụ này, vụ nữa, mùa thương có về?

05.08.2017

XUÂN VỀ TRONG HƠI THỞ

Trăng chưa từng vàng rỡ
Dưới trời đêm ba mươi
Ta một lần lầm lỡ
Nghẹn mây mà vẫn cười

Gió đi theo đời gió
Ta bước đi đường ta
Xuân trong hơi thở
Ta xới luống thật thà.

14.02.2017

CÒN LỜI TRĂM NĂM

Giật mình tôi lạc bóng tôi
Kéo chăn che kín nỗi chơi vơi tràn
Ghé tai dỗi gió mây ngàn
Chuyến tàu định mệnh rẽ làn sóng đôi

Tường rêu trách kẻ đầu môi
Ngày xưa cỏ mặn hứa rồi lại quên
Lạc lòng, lạc cánh chim Quyên
Về phương trời lạ nhớ quên bãi bồi

Đêm nay gió thổi lưng đồi
Hỏi chăng cỏ rối còn lời trăm năm?

18.01.2017

SÂU & LÁ

Nếu em là chiếc lá
Anh hãy là con sâu
Một loài sâu đục phá
Chiếc lá khắc trong đầu

Một ngày sâu vắng lá
Sâu khắc khoải từng cơn
Một ngày sâu từ giã
Lá thủy chung chết mòn.

10.04.2017

CƠN SAY LẠI

Sấm đi qua
Chớp đi qua
Bỗng dưng đánh chết đàn bà chừng xuân
Sóng luồn
Luồn cổ
Luồn chân
Ngang tới lưng chừng trời đổ cơn mưa

Đem nàng kiêu hãnh muối dưa
Ta say:
Say vụ, say mùa, say men
Say trăng, say gió, say đèn
Bao năm tỉnh giấc ngỡ quen lối mòn

Hôm nay
Say lại, say giòn
Thì ra đời vẫn có còn... để say!

21.03.2107

SOI BÓNG

Ai bảo hoàng hôn chết
Chỉ là chờ phục sinh
Ai bảo người đi hết
Còn ta với bóng, hình

Chân ta đều đặn bước
Lòng ta vẫn đinh ninh
Mặt trời còn phía trước
Tâm sen ngát hương tình.

22.06.2017